AF194048

Impressum
Verlag: BABADADA GmbH, Nedderfeld 112 , 22529 Hamburg
Geschäftsführer / Verlagsleitung: Harald Hof
Druck: Books on Demand GmbH, In de Tarpen 42, 22848 Norderstedt

Imprint
Publisher: BABADADA GmbH, Nedderfeld 112 , 22529 Hamburg, Germany
Managing Director / Publishing direction: Harald Hof
Print: Books on Demand GmbH, In de Tarpen 42, 22848 Norderstedt, Germany

baba

โรงเรียน

ba
ห้องเรียน
dadadada
หาร
186/2
babadada
กระดาน
bababa
สนามโรงเรียน
dada
ครู
dadadada
กระดาษ
dadaba
เขียน
dadaba
ปากกา
ba
โต๊ะทำงาน
baba
ไม้บรรทัด
dadaba
หนังสือ
bababa
นักเรียน

dadaba
....
กระเป๋าหนังสือ

dada
....
กล่องดินสอ

bababa
....
ดินสอ

dadaba
....
กบเหลาดินสอ

baba
....
ยางลบ

ba
....
สมุดวาดภาพ

2 baba - โรงเรียน

bababa

ภาพวาด

ba

พู่กัน

dada

กล่องสี

babadada

กรรไกร

dadaba

กาว

dadadada

สมุดแบบฝึกหัด

babadada

การบ้าน

bababa

ตัวเลข

dadaba

บวก

bababa

ลบ

badada

คูณ

dadababa

คำนวณ

A

babababa

ตัวอักษร

ABCDEFG
HIJKLMN
OPQRSTU
VWXYZ

babababa

อักษรพยัญชนะ

dada

คำ

babadada

ข้อความ

dadadada

อ่าน

dada

ชอล์ก

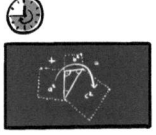

babababa

บทเรียน

ba

ลงทะเบียน

baba

การสอบ

babababa

ใบรับรอง

babadada

ชุดนักเรียน

babababa

การศึกษา

dadababa

สารานุกรม

babababa

มหาวิทยาลัย

dadababa

กล้องจุลทรรศน์

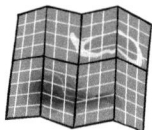

bababa

แผนที่

babadada

ตะกร้าใส่เศษกระดาษที่ไม่ใช้แล้ว

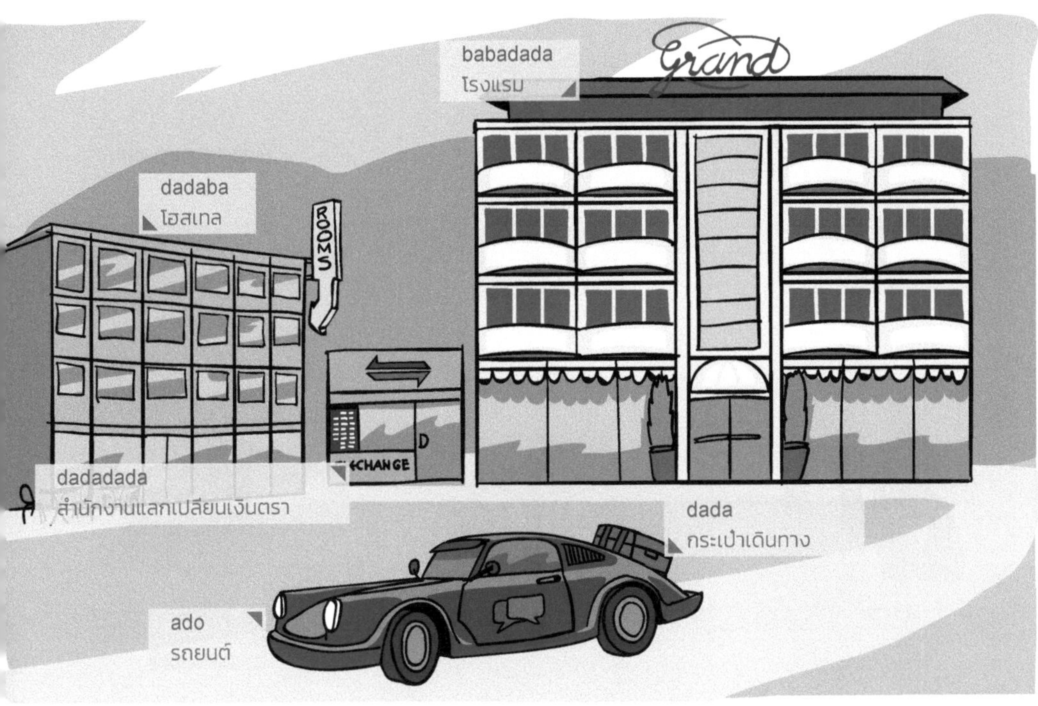

babadada
โรงแรม
Grand
dadaba
โฮสเทล
ROOMS
EXCHANGE
dadadada
สำนักงานแลกเปลี่ยนเงินตรา
dada
กระเป๋าเดินทาง
ado
รถยนต์

dadadada
ภาษา

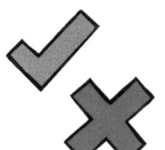

da / meh
ใช่/ไม่ใช่

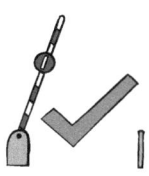

Oh
ตกลง

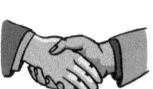

ba
สวัสดี

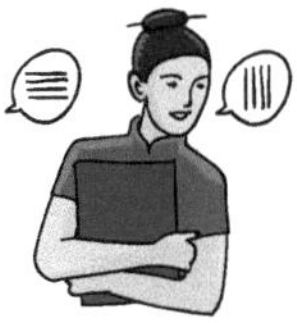

dada
นักแปล

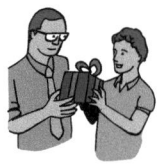

dada
ขอบคุณ

bababaaba

ราคาเท่าไหร่...?

ah

ฉันไม่เข้าใจ

dadaba

ปัญหา

ba dada

สวัสดีตอนเย็น

babadada

สวัสดีตอนเช้า

heia!

ราตรีสวัสดิ์

dadaba

แล้วพบกันใหม่

badada

ทิศทาง

dada

กระเป๋าเดินทาง

babababa

กระเป๋า

babababa

กระเป๋าสะพายหลัง

baba

แขก

dadadada

ห้อง

dadadada

ถุงนอน

dada

เต้นท์

dadadada

ข้อมูลนักท่องเที่ยว

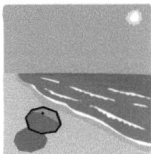

badada

ชายหาด

babadada

บัตรเครดิต

dadababa

มื้อเช้า

baba

มื้อกลางวัน

bababa

มื้อเย็น

dada

ตั๋ว

dada

ลิฟต์

babadada

แสตมป์

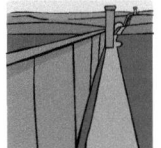

badada

พรมแดน

dadaba

ภาษีศุลกากร

babadada

สถานทูต

dadaba

วีซ่า

dada da da da

พาสปอร์ต

baba
เครื่องบิน

dada
เรือใหญ่

baba
รถดับเพลิง

bababba
รถโดยสารประจำ

bababa
รถบรรทุก

dada
เรือยนต์

dadadada
จักรยาน/จักรยานยนต์

ado
รถยนต์

babadada
เรือข้ามฟาก

baba
เรือ

bababa
รถจักรยานยนต์

ado
รถตำรวจ

ado
รถแข่ง

auto
รถเช่า

dada
....
การแบ่งกันใช้รถยนต์

ado
....
รถลาก

ado
....
รถขยะ

brumbrum!
....
เครื่องยนต์

bababa
....
เชื้อเพลิง

dada
....
ปั้มน้ำมัน

dadaba
....
เครื่องหมายจราจร

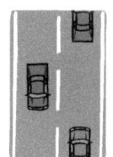

badada
....
การจราจร

ado ado
....
การจราจรติดขัด

babadada
....
ที่จอดรถ

babababa
....
สถานีรถไฟ

dada
....
รางรถไฟ

dadaba
....
รถไฟ

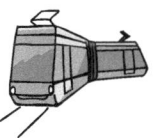

baba
....
รถราง

dadaba
....
ตู้รถไฟ

baba

เฮลิคอปเตอร์

baba

สนามบิน

dadaba

หอคอย

baba

ผู้โดยสาร

badada

ตู้บรรจุสินค้า

dada

กล่องกระดาษ

baba

รถเข็น/รถลาก

dadadada

ตะกร้า

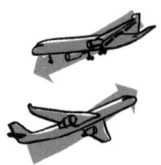

da / bada

บินขึ้น/ ลงจอด

dadaba

เมือง

bababa

หมู่บ้าน

dadababa

ใจกลางเมือง

dadaba

บ้าน

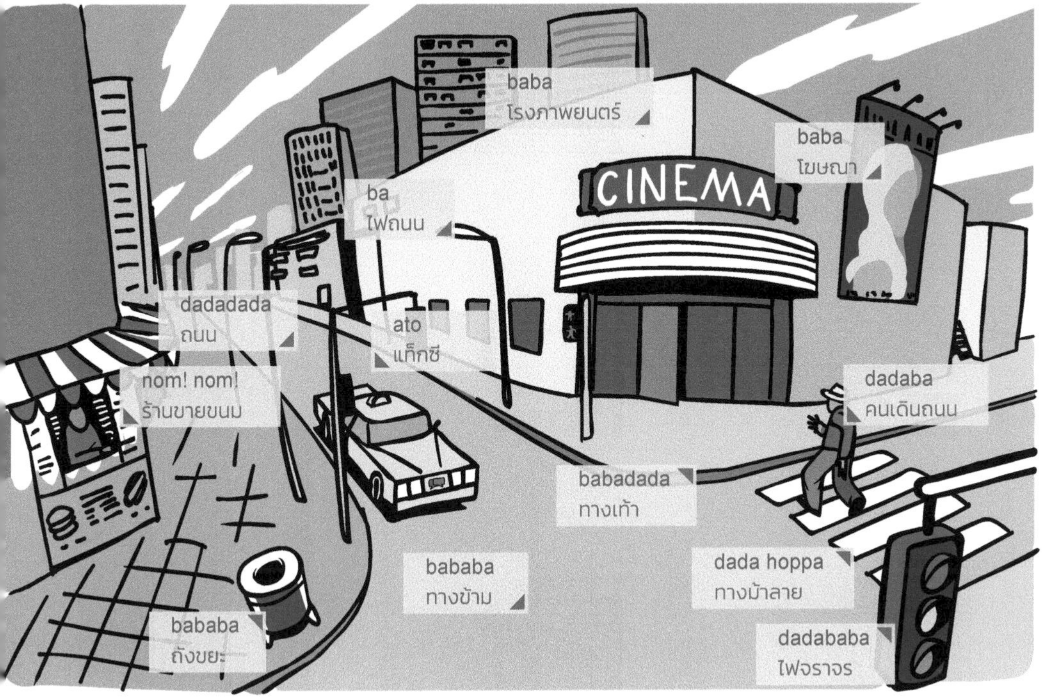
baba
โรงภาพยนตร์
CINEMA
baba
โฆษณา
ba
ไฟถนน
dadadada
ถนน
ato
แท็กซี่
nom! nom!
ร้านขายขนม
dadaba
คนเดินถนน
babadada
ทางเท้า
bababa
ทางข้าม
dada hoppa
ทางม้าลาย
bababa
ถังขยะ
dadababa
ไฟจราจร

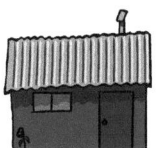

babadada

กระท่อม

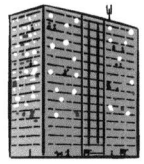

dadadada

แฟลต

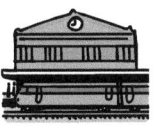

babababa

สถานีรถไฟ

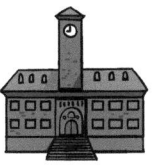

dadaba

ศาลากลางจังหวัด

MUSEUM

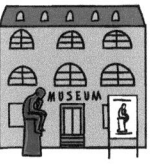

bababa

พิพิธภัณฑ์

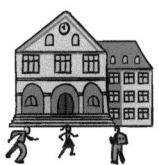

baba

โรงเรียน

babababa

มหาวิทยาลัย

dadadada

ธนาคาร

aua!

โรงพยาบาล

babadada

โรงแรม

aua!

ร้านขายยา

baba

สำนักงาน

bababa

ร้านขายหนังสือ

ba

ร้านค้า

dadaba

ร้านขายดอกไม้

dada nom nom

ซูเปอร์มาร์เก็ต

dadadada

ตลาด

dadadada

ห้างสรรพสินค้า

nom! nom!

ร้านขายปลา

baba

ศูนย์การค้า

ba

ท่าเรือ

dadadada

สวนสาธารณะ

baba

ม้านั่ง

babababa

สะพาน

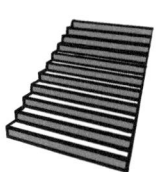

dadadada

บันได

bababa

รถไฟใต้ดิน

baba

อุโมงค์

ba

ป้ายรถเมล์

babababa

บาร์

nom nom!

ร้านอาหาร

dadaba

ตู้ไปรษณีย์

dada

ป้ายชื่อถนน

baba

มิเตอร์เก็บค่าจอดรถ

bababa

สวนสัตว์

dada

สระว่ายน้ำ

baba

สุเหร่า/มัสยิด

dadaba

ฟาร์ม

dadababa

มลพิษ

bababa

สุสาน

ba

โบสถ์

dadababa

สนามเด็กเล่น

bababa

วัด

dada

ภูมิประเทศ

baba
ใบไม้

baba
ป้ายบอกทาง

dada
ทาง

bababa
ทุ่งหญ้า

baba
ก้อนหิน

dadababa
ต้นไม้

dada
นักเดินทางไกลด้วยเท้า

bababa
แม่น้ำ

dada
หญ้า

mama!
ดอกไม้

badada

หุบเขา

bababa

เนินเขา

dadadada

ทะเลสาบ

dadadada

ป่า

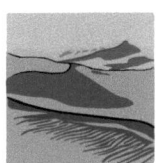

dadababa

ทะเลทราย

dadaba

ภูเขาไฟ

babababa

คฤหาสน์

dadaba

รุ้งกินน้ำ

bababa

เห็ด

dadababa

ต้นปาล์ม

aua!

ยุง

badada

แมลงวัน

dadababa

มด

summ summ

ผึ้ง

dada

แมงมุม

dadaba

แมลงปีกแข็ง

quak

กบ

dadababa

กระรอก

dadaba

เม่น

baba

กระต่ายป่า

gackgack

นกฮูก

gackgack

นก

gackgack

หงส์

babadada

หมูป่าตัวผู้

dadadada

กวาง

dadadada

กวางมูส

dadadada

เขื่อน

ba

กังหันลม

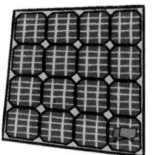

dadadada

แผงโซล่าเซลล์

bababa

สภาพอากาศ

nom nom!

dadadada
บริกรชาย
baba
รายการอาหาร
dadaba
เก้าอี้
nom! nom!
ซุป
nom nom!
พิซซ่า
ba
เครื่องใช้บนโต๊ะอาหาร
babababa
ผ้าปูโต๊ะ

nom! nom!
อาหารเรียกน้ำย่อย

nom! nom!
อาหารจานหลัก

nom nom!
ของหวาน

dadababa
เครื่องดื่ม

nom nom!
อาหาร

nom nom!
ขวด

nom! nom!

อาหารจานด่วน

nom! nom!

ร้านข้างถนน

babababa

กาน้ำชา

nom! nom!

โถใส่น้ำตาล

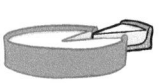

nom nom!

ส่วนแบ่งอาหารสำหรับหนึ่งคน

dadaba

เครื่องชงกาแฟเอสเปรสโซ่

bababa

เก้าอี้สูง

ba

ใบเสร็จ

bababa

ถาด

ba

มีด

babadada

ส้อม

dadaba

ช้อน

bababa

ช้อนชา

dadaba

ผ้าเช็ดปากบนโต๊ะอาหาร

ba

แก้วน้ำ

nom nom!

จาน

bababa

จานซุป

bababa

จานรอง

nom! nom!

ซอส

dadadada

กระปุกเกลือ

dadaba

กระปุกบดพริกไทย

bähbäh

น้ำส้มสายชู

dadababa

น้ำมันที่ใช้ปรุงอาหาร

dadababa

เครื่องเทศ

nom! nom!

ซอสมะเขือเทศ

nom! nom!

มัสตาร์ด

nom nom!

มายองเนส

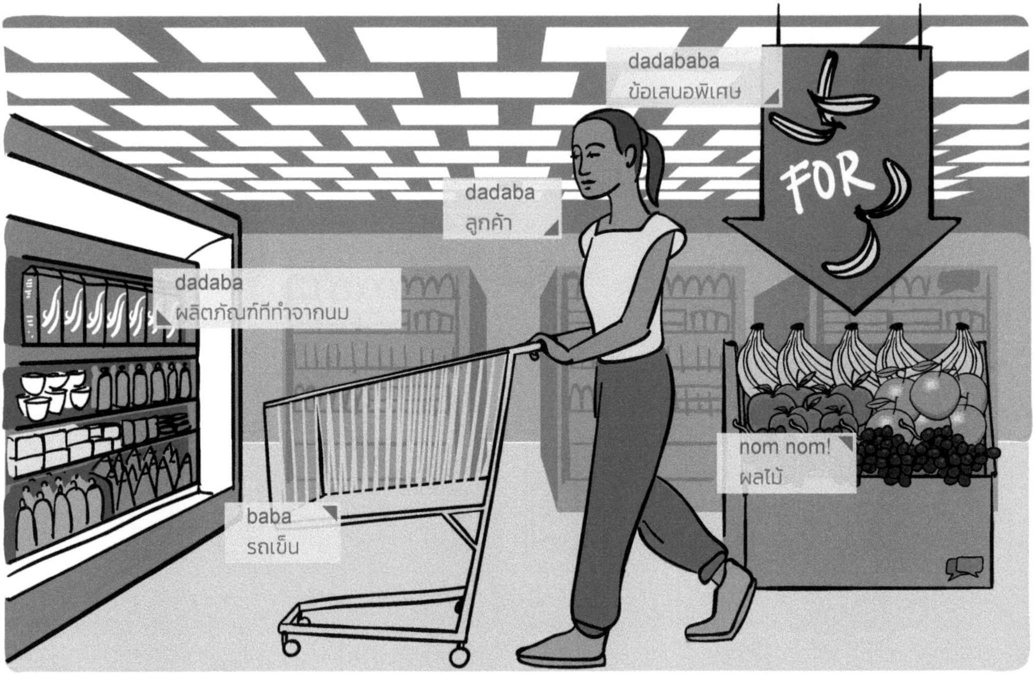

dadababa
ข้อเสนอพิเศษ

dadaba
ลูกค้า

dadaba
ผลิตภัณฑ์ที่ทำจากนม

nom nom!
ผลไม้

baba
รถเข็น

FOR

dadaba
ร้านขายเนื้อ

nom! nom!
ร้านขายขนมปัง

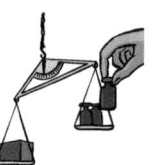

bababa
ชั่งน้ำหนัก

bähbäh
ผัก

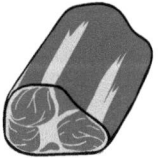

nom nom!
เนื้อ

nomnom
อาหารแช่แข็ง

nom nom!
อาหารเนื้อตัดเย็น

nomnom
อาหารกระป๋อง

bababa
ผงซักฟอก

baba
ขนมหวาน/ลูกกวาด

dadaba
ผลิตภัณฑ์ในครัวเรือน

dadababa
ผลิตภัณฑ์ทำความสะอาด

bababa
พนักงานขายหญิง

bababa
เครื่องคิดเงิน

dadaba
พนักงานจ่ายเงิน

dada
รายการซื้อของ

dadababa
เวลาเปิดทำการ

baba
กระเป๋าสตางค์

babadada
บัตรเครดิต

dadababa
กระเป๋า

dadababa
ถุงพลาสติก

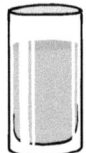

dadababa

เครืองดืม

wasa

น้ำเปล่า

dadadada

น้ำผลไม้

badada

นม

ba

โค้ก

bababa

ไวน์

dadadada

เบียร์

dadaba

แอลกอฮอล์

bababa

โกโก้

dadababa

ชา

dada

กาแฟ

dadaba

เอสเปรสโซ่

dadababa

คาปูชิโน่

nom nom!

อาหาร

nane

กล้วย

nom nom!

แอปเปิ้ล

bababa

ส้ม

nom nom!

เมลอน

nom nom!

มะนาว

bähbäh

แครอท

bada meh

กระเทียม

dadaba

ต้นไผ่

dadaba

หัวหอม

nom nom!

เห็ด

nom nom!

ถั่ว

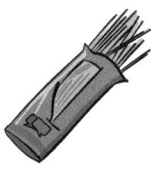

nom nom!

ก๋วยเตี๋ยว

nom nom!

สปาเก็ตตี

nom nom!

ข้าว

nom nom!

สลัด

nom nom!

มันฝรั่งทอด

nom nom!

มันฝรั่งทอด

nom nom!

พิซซ่า

nom nom!

แฮมเบอร์เกอร์

nom nom!

แซนด์วิช

nom nom!

ชิ้นเนื้อไร้กระดูก

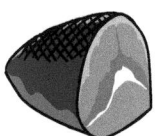

nom nom!

แฮม

nom nom!

ไส้กรอกแห้งซาลามิ

nom nom!

ไส้กรอก

gack gack

ไก่

nom nom!

ย่าง/ปิ้ง

nom nom!

ปลา

nom nom!

โจ๊กข้าวโอ๊ต

bähbäh

ธัญพืชอบกรอบ

nom nom!

คอร์นเฟล็ค

nom nom!

แป้งทำอาหาร

nom nom!

ครัวซองค์

babadada

ขนมปังสโคน

nom! nom!

ขนมปัง

nom nom!

ขนมปังปิ้ง

nom nom!

บิสกิต

nom nom!

เนย

nom nom!

นมข้น

nom nom

เค้ก

dadaba

ไข่

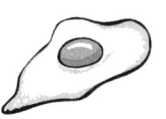

nom nom!

ไข่ดาว

bada muh

ชีส

nom nom!

ไอศกรีม

nom nom!

น้ำตาล

baba summ

น้ำผึ้ง

nom nom!

แยม

nom nom!

ช็อกโกแลตครีมสเปรด

babadada

แกงกะหรี่

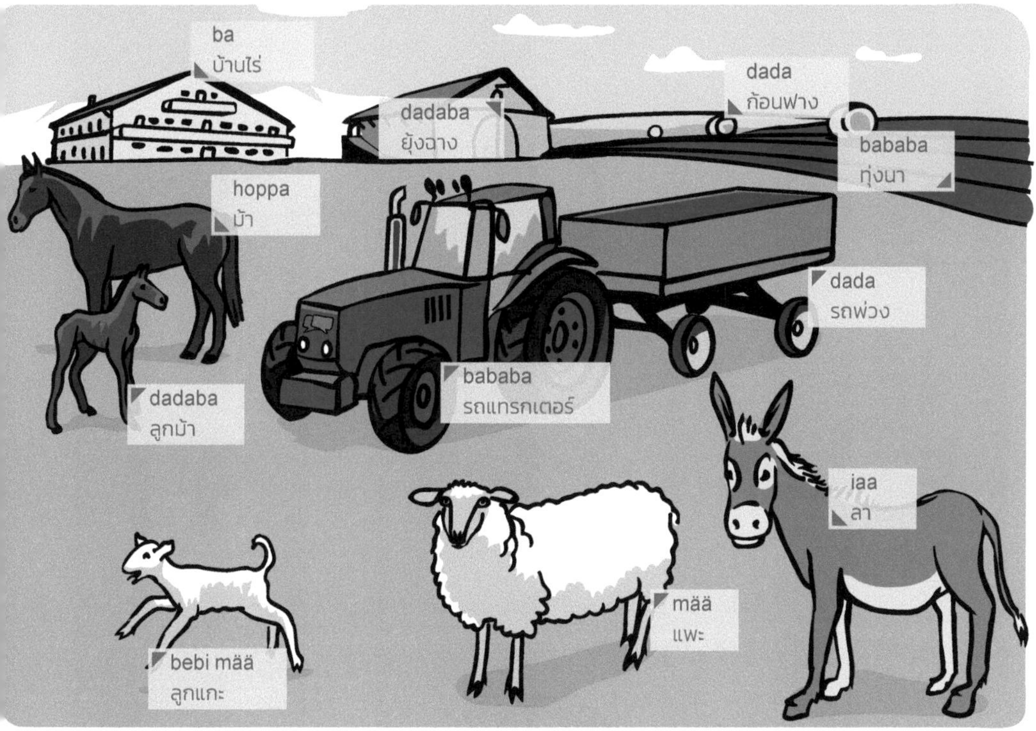

ba
บ้านไร่

dadaba
ยุ้งฉาง

dada
ก้อนฟาง

bababa
ทุ่งนา

hoppa
ม้า

dada
รถพ่วง

dadaba
ลูกม้า

bababa
รถแทรกเตอร์

iaa
ลา

mää
แพะ

bebi mää
ลูกแกะ

baba

แพะ

muh

วัวตัวเมีย

mimuh

ลูกวัว

mama oink

หมู

oink

ลูกหมู

dadadada

วัวตัวผู้

gackgack

ห่าน

gackquack

เป็ด

gacki

ลูกไก่

gackgack

แม่ไก่

gacko

ไก่ตัวผู้

dada

หนู

mau

แมว

bababa

หนู

muh

วัวตัวผู้สำหรับใช้แรงงานในฟาร์
ม

wauwau

สุนัข

wauwau

บ้านสุนัข

baba

สายยางที่ใช้ในสวน

dadababa

บัวรดน้ำต้นไม้

baba

เคียวด้ามยาว

dadababa

คันไถ

baba

เคียว

dadadada

จอบ

dada

คราด

bababa

ค้อน

babababa

รถเข็นล้อเดียว

baba

รางน้ำ

dada muh

ถังใส่นม

dadababa

กระสอบ

badada

รั้ว

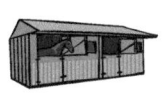

dadadada

คอกม้า

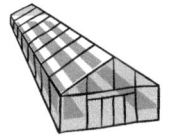

ba

เรือนกระจก

babadada

ดิน

baba

เมล็ดพืช

baba

ปุ๋ย

dadababa

เครื่องเกี่ยวนวดข้าว

bababa

เก็บเกี่ยว

dadadada

การเก็บเกี่ยว

dadaba

มันเทศ

dadababa

ข้าวสาลี

dadababa

ถั่วเหลือง

bababa

มันฝรั่ง

badada

ข้าวโพด

bababa

ดอกเรพซีด

bababa

ต้นไม้ที่ออกผล

dadadada

มันสำปะหลัง

dadababa

ธัญพืช

dadaba

บ้าน

ba
ปล่องไฟ
babadada
หลังคา
dadaba
รางน้ำฝน
baba
หน้าต่าง
dada
โรงรถ
dingdong
กริ่งหน้าประตู
bababa
ประตู
babadada
ถังขยะ
ba
กล่องจดหมาย
badada

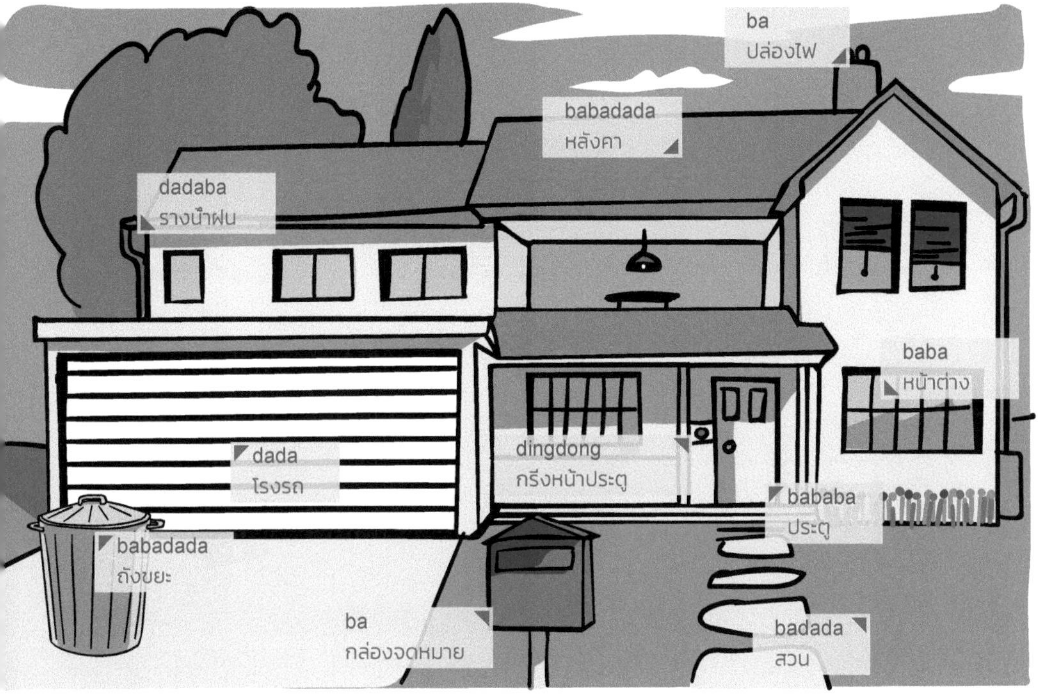

dadadada
ห้องนั่งเล่น

bababa
ห้องน้ำ

bababa
ห้องครัว

dadababa
ห้องนอน

meina
ห้องพักสำหรับเด็ก

dadaba
ห้องอาหาร

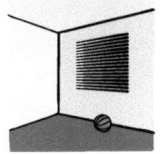

badada

พื้น

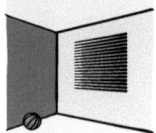

dadababa

ผนัง

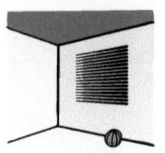

bababa

เพดาน

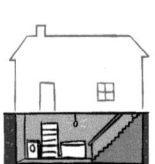

dada

ห้องเก็บของใต้ดิน

dadababa

ซาวน่า

babababa

ระเบียง

dadadada

ลานตะพักลำน้ำ

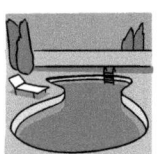

bababa

สระว่ายน้ำ

baba

เครื่องตัดหญ้า

dadaba

ผ้าปูที่นอน

babadada

ผ้าคลุมเตียง

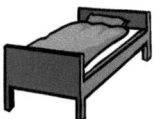

heia!

เตียง

dada

ไม้กวาด

dadaba

ถังน้ำ

dadababa

สวิตช์

dadadada

ห้องนั่งเล่น

dadadada
วอลเปเปอร์
badada
ภาพ
badada
โคมไฟ
dadadada
ba
ตู้
dada gucki
โทรทัศน์
dadababa
เตาผิง
mama!
ดอกไม้
baba
dada
โซฟา
dadaba
แจกัน
baba
รีโมทคอนโทรล

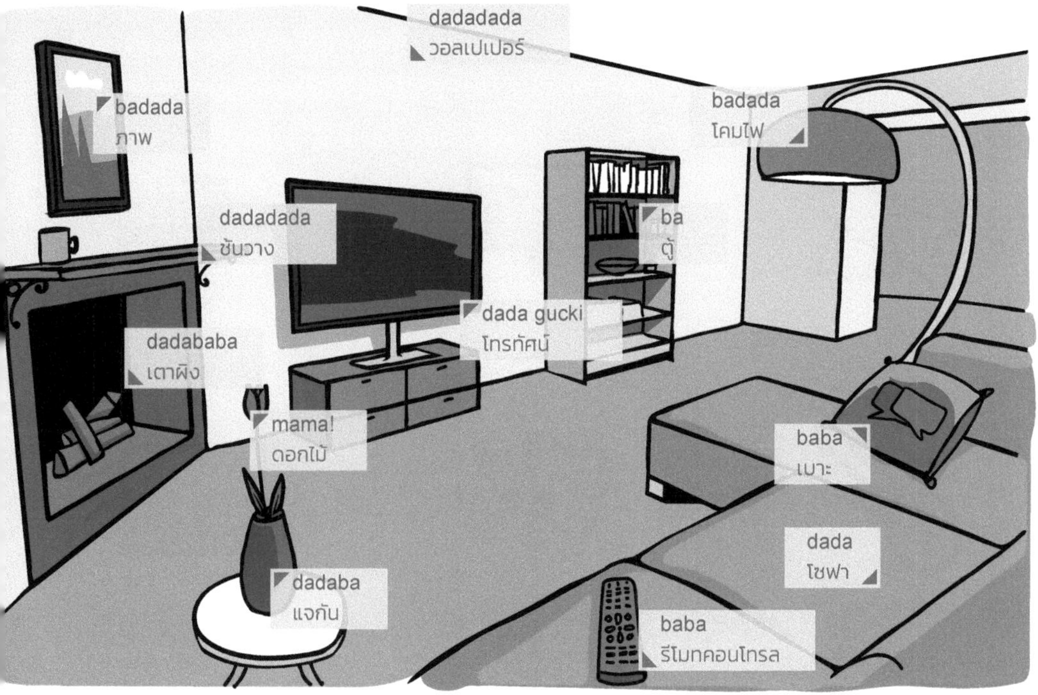

dada

พรมเช็ดเท้า

bababa

ผ้าม่าน

ba

โต๊ะ

dadaba

เก้าอี้

dadadada

เก้าอี้โยก

bababa

เก้าอี้ที่มีที่วางแขน

dadaba

หนังสือ

dadadada

ผ้าห่ม

dadaba

ของตกแต่ง

ba

ฟืน

dadadada

ภาพยนตร์

lala

เครื่องเสียงระบบไฮไฟ

babadada

กุญแจ

dadadada

หนังสือพิมพ์

dadadada

จิตรกรรม

bababa

โปสเตอร์

lala

วิทยุ

dadababa

สมุด

babadada

เครื่องดูดฝุ่น

aua!

ตะบองเพชร

babadada

เทียนไข

bababa
ห้องครัว

bababa
ตู้เย็น
ba
ไมโครเวฟ
ba
เครื่องชั่งน้ำหนักอาหาร
badada
เครื่องปิ้งขนมปัง
dadadada
ผงซักฟอก
baba
เตาอบ
baba
ช่องแข็งในตู้เย็น
babadada
ถังขยะ
bababa
เครื่องล้างจาน

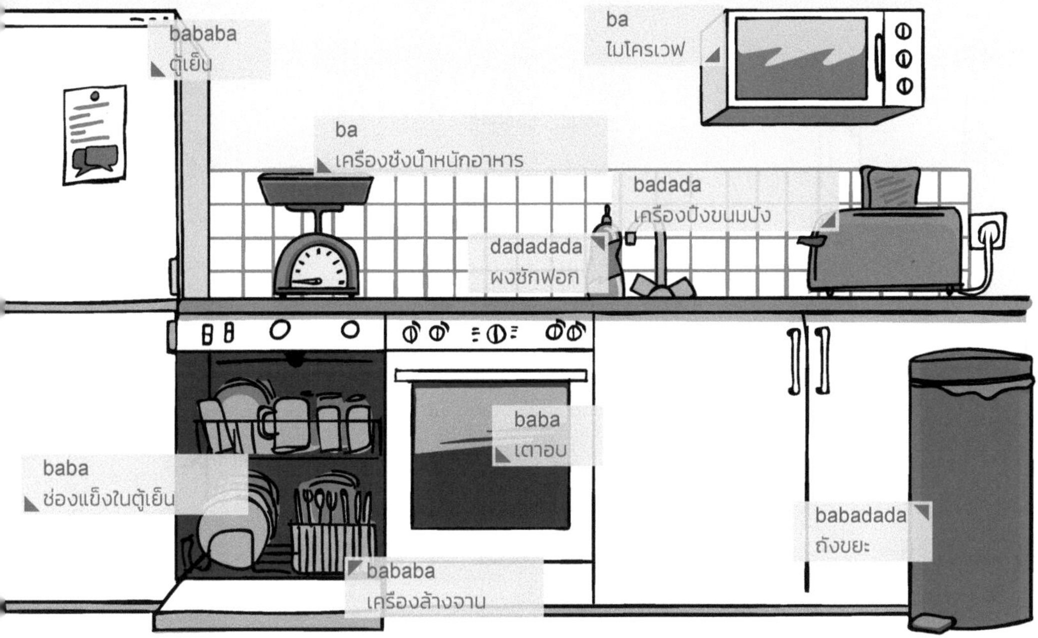

dada

เตาปรุงอาหาร

dada

หม้อ

dada

หม้อเหล็กหล่อ

baba / dada

กระทะจีน

badada

กระทะ

ba

กาต้มน้ำ

dadababa

หม้อไอน้ำ

bababa

ถาดอบ

dadaba

เครื่องถ้วยชาม

dadadada

เหยือก

dadaba

ชาม

baba

ตะเกียบ

dadaba

ทัพพีด้ามยาว

dadadada

ตะหลิว

badada

ที่ตีไข่

dada

ที่กรอง

bababa

กระชอน

baba

ที่ขูด

dadababa

ครก

dada

บาร์บีคิว

aua!

แคมป์ไฟถาวร

dadababa

เขียง

babababa

ไม้นวดแป้ง

dadababa

สว่านเปิดจุกขวด

dadadada

กระป๋อง

bababa

ที่เปิดกระป๋อง

dadababa

ถุงมือจับของร้อน

dadadada

อ่างล้างจาน

dadababa

แปรง

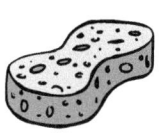

ba

ฟองน้ำ

aua!

เครื่องปั่น

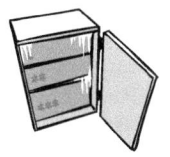

babadada

ตู้แช่แข็ง

bababa

ขวดนม

dadadada

ก๊อกน้ำ

bababa

ห้องน้ำ

bababa
ฝักบัว
babadada
เครื่องทำความร้อน
ba
ผ้าเช็ดมือ
babababa
ม่านห้องน้ำ
wasa
สบู่ทำฟอง
baba
อ่างอาบน้ำ
ba
แก้วน้ำ
baba
เครื่องซักผ้า
dadadada
ก๊อกน้ำ
badada
กระเบื้อง
kaka
โถส้วมสำหรับเด็ก
dadadada
อ่างล้างจาน

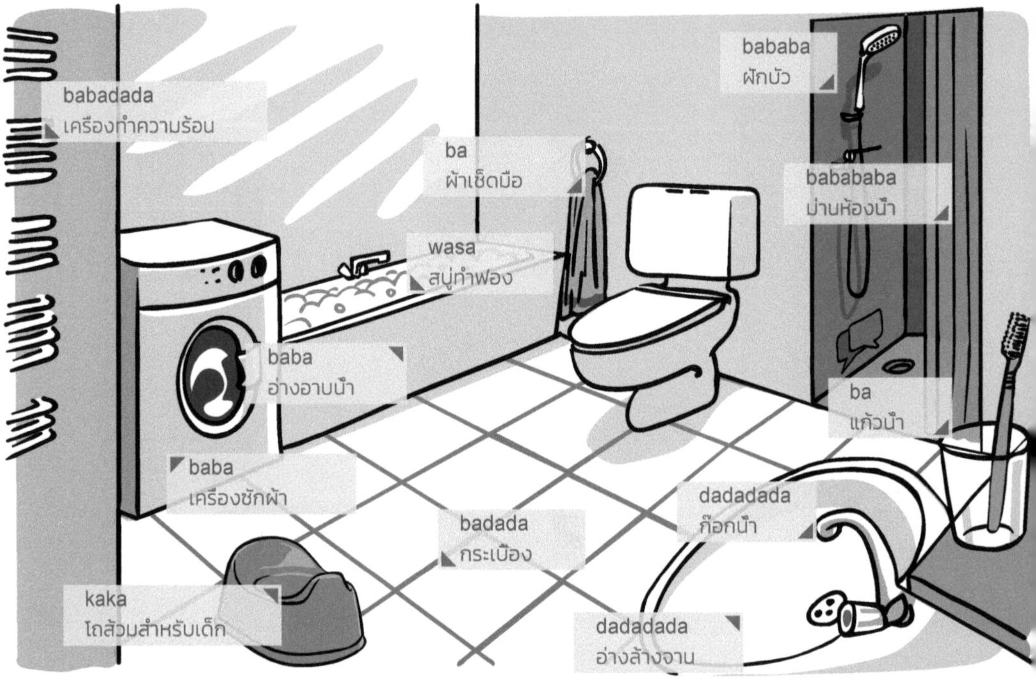

kaka

ห้องส้วม

ba

ส้วมนั่งยอง

dadababa

โถปัสสาวะหญิง

dadababa

โถปัสสาวะชาย

kaka

กระดาษชำระสำหรับใช้ในห้องน้ำ

bababa

แปรงขัดห้องน้ำ

38 bababa - ห้องน้ำ

bababa

แปรงสีฟัน

nom! nom!

ยาสีฟัน

dadadada

ไหมขัดฟัน

bababa

ล้าง

babababa

ฝักบัวมือ

dadadada

สายฉีดชำระ

badada

อ่างล้างหน้า

dadadada

แปรงถูหลัง

nom! nom!

สบู่

nom! nom!

เจลอาบน้ำ

nom! nom!

แชมพู

babadada

ผ้าสักหลาด

dadaba

ท่อระบายน้ำทิ้ง

nom! nom!

ครีม

babababa

ผลิตภัณฑ์ระงับกลิ่นตัว

dadadada

กระจก

dadadada

กระจกถือ

ba

ที่โกนหนวด

nom! nom!

โฟมโกนหนวด

nam! nam!

โลชั่นบำรุงผิวหลังโกนหนวด

dadababa

หวี

baba

แปรง

dadadada

ไดร์เป่าผม

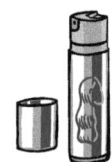

badada

สเปรย์ฉีดผม

dadaba

ชุดเครื่องสำอาง

mama!

ลิปสติก

ba

น้ำยาทาเล็บ

bababa

สำลี

dadadada

กรรไกรตัดเล็บ

bababa

น้ำหอม

dadadada

....

กระเป๋าอาบน้ำ

bababa

....

เก้าอี้สามขา

dadadada

....

เครื่องชั่งน้ำหนัก

ba

....

เสื้อคลุมอาบน้ำ

babababa

....

ถุงมือยาง

ba

....

ผ้าอนามัยแบบสอด

bababa

....

ผ้าอนามัย

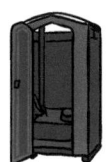

baba

....

ส้วมเคมี

meina
ห้องพักสำหรับเด็ก

bababa
นาฬิกาปลุก
bababa
ของเล่นน่ารักน่ากอด
auto
รถยนต์ของเล่น
dadadada
ของเล่นประเภทเขย่าแล้วมีเสียง
bababa
บ้านตุ๊กตา
babababa
ของขวัญ

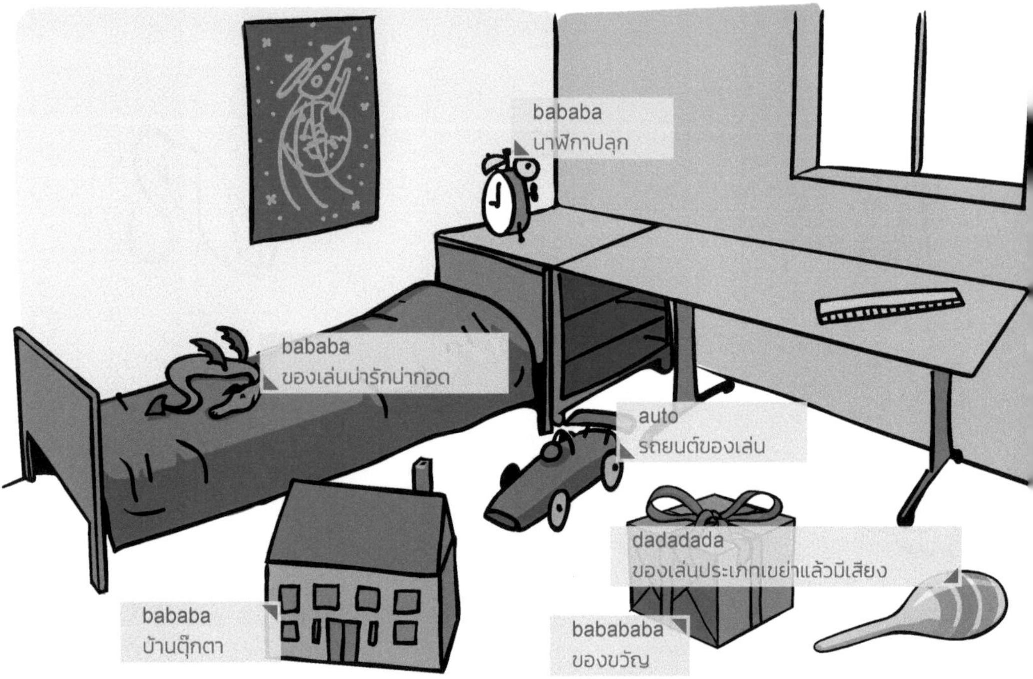

dadadada

ลูกโป่ง

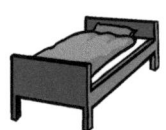

heia!

เตียง

dadaba

รถเข็นเด็ก

dadababa

สำรับไพ่

bababa

จิ๊กซอว์

dadababa

หนังสือการ์ตูน

badada

ตัวต่อเลโก้

badada

บล็อกของเล่น

dada

ฟิกเกอร์แบบขยับท่าทางได้

dadadada

เสื้อผ้าทารก

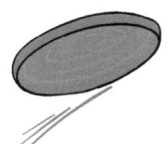

dadaba

จานร่อน

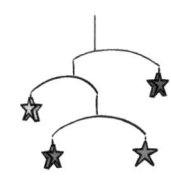

dadaba

โมบายแขวนหัวเตียงเด็ก

ba

เกมกระดาน

baba

ลูกเต๋า

dadababa

ชุดรถไฟจำลอง

lula

หุ่น

baba

ปาร์ตี้

dadaba

หนังสือภาพ

dada

ลูกบอล

dada

ตุ๊กตา

badada

เล่น

dadaba

หลุมทราย

bababaaba

ชิงช้า

dadababa

ของเล่น

dadaba

เครื่องเล่นวิดีโอเกม

babadada

รถจักรยานสามล้อ

dadababa

ตุ๊กตาหมี

dadaba

ตู้เสื้อผ้า

baba

เสื้อผ้า

dadadada

ถุงเท้า

ba

ถุงน่อง

dada

กางเกงรัดรูป

bababa
ผ้าพันคอ

dadababa
เข็มขัด

bababa
ร่ม

badada
เสื้อยืดคอกลม

ba
รองเท้ากีฬา

baba
ร้องเท้าบูท

baba
รองเท้าสวมเดินในบ้าน

bababa
รองเท้าแตะ

badada
รองเท้า

dada
ร้องเท้าบูทยาง

ba
กางเกงชั้นใน

baba
ยกทรง

dadadada
เสื้อกล้าม

badada

เสื้อรัดรูป

ba

กางเกงขายาว

bababa

กางเกงยีน

dada

กระโปรง

bababa

เสื้อเชิ้ตสตรี

dadadada

เสื้อเชิ้ต

baba

เสื้อกันหนาว

baba

เสื้อคลุมมีหมวก

babadada

เสื้อเบลเซอร์

baba

เสื้อแจ็กเก็ต

bababa

เสื้อโค้ท

dadababa

เสื้อกันฝน

bababa

เครื่องแต่งกาย

ba

ชุดเดรส

dadaba

ชุดแต่งงาน

dadadada

เสื้อสูท

babababa

ชุดราตรี

heia

ชุดนอน

baba

ผ้าส่าหรี

dadadada

ฮิญาบ

dada

ผ้าโพกศรีษะ

dada

เสื้อบุรเกาะ

baba

เสื้อคลุมคาฟตาน

dadadada

เสื้อคลุมอบายะห์

wasa

ชุดว่ายน้ำ

bababa

กางเกงว่ายน้ำ

dadababa

กางเกงขาสั้น

babababa

ชุดวอร์ม

baba

ผ้ากันเปื้อน

babababa

ถุงมือ

dadaba

กระดุม

babadada

แว่นตา

dada

กำไลข้อมือ

dadababa

สร้อยคอ

bababa

แหวน

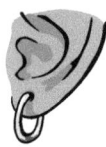

dadababa

ต่างหู

dada

หมวกแก๊ป

babadada

ทีแขวนเสือโค้ท

dadababa

หมวกปีกกว้าง

bababa

เนคไท

badada

ซิป

dadaba

หมวกกันน็อก

dada

สายโยงกางเกง

babadada

ชุดนักเรียน

babababa

เครืองแบบ

namnam

ผ้ากันเปื้อนเด็ก

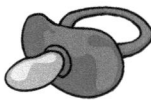

lula

หุ่น

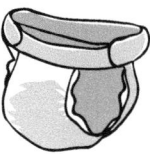

kaka!

ผ้าอ้อม

baba

สำนักงาน

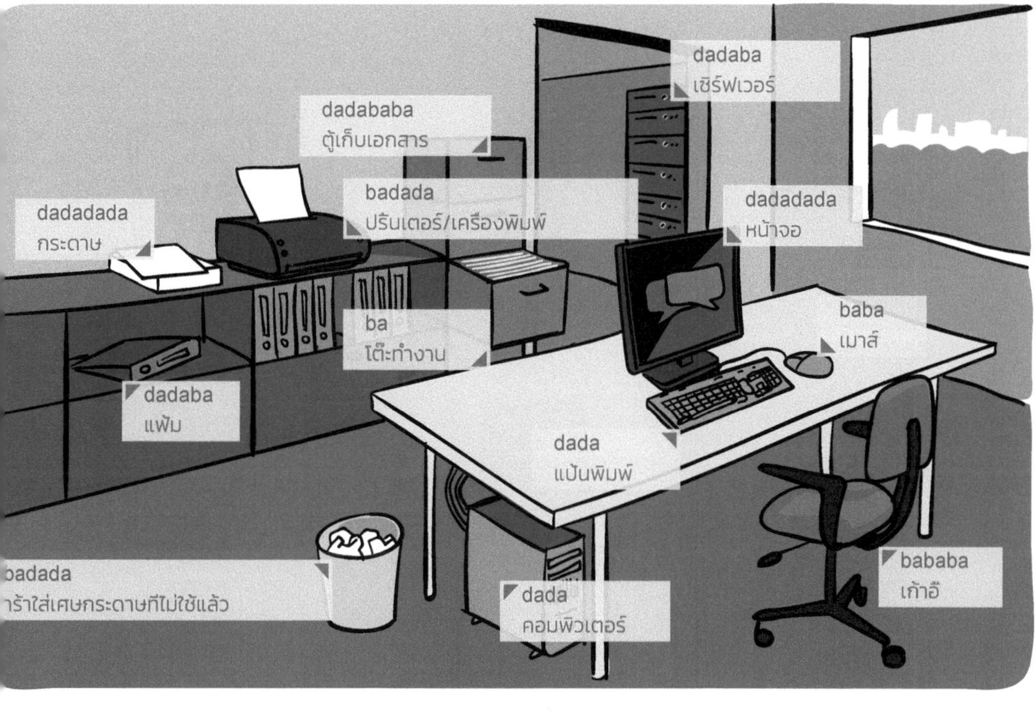

dadaba
เซิร์ฟเวอร์
dadababa
ตู้เก็บเอกสาร
badada
ปริ้นเตอร์/เครื่องพิมพ์
dadadada
กระดาษ
dadadada
หน้าจอ
baba
เมาส์
ba
โต๊ะทำงาน
dadaba
แฟ้ม
dada
แป้นพิมพ์
adada
ร้าใส่เศษกระดาษที่ไม่ใช้แล้ว
dada
คอมพิวเตอร์
bababa
เก้าอี้

dada

แก้วมัคใส่กาแฟ

bababa

เครื่องคิดเลข

da da

อินเตอร์เน็ต

papa!
คอมพิวเตอร์แบบพกพา

dadababa
จดหมาย

ba
ข้อความ

fon
โทรศัพท์มือถือ

bababa
เครือข่าย

ba
เครื่องถ่ายเอกสาร

bababa
ซอฟต์แวร์

dada bing
โทรศัพท์

aua!
ปลั๊กตัวเมีย/เต้าเสียบ

bababa
เครื่องแฟกซ์

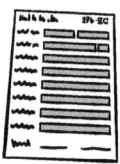

dadaba
แบบฟอร์ม

bababa
เอกสาร

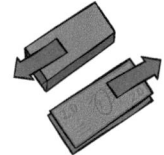

badada

ความประหยัด

baba

ซือ

dadadada

จ่าย

dadaba

แลกเปลียน

badada

เงิน

babadada

ดอลลาร์

dadaba

ยูโร

bababa

เยน

ba

รูเบิล

dada

ฟรังก์สวิส

dada

หยวนเหรินหมินปี้

ba

รูปี

ba

เครืองสําหรับกดเงินสดจากธนาคาร

dadadada

สำนักงานแลกเปลี่ยนเงินตรา

dadadada

ทอง

baba

เงิน

dadadada

น้ำมัน

ba

พลังงาน

dadadada

ราคา

baba

สัญญา

bababa

ภาษี

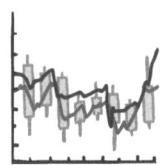

dadadada

หุ้น

dadaba

ทำงาน

dadadada

ลูกจ้าง

dadababa

นายจ้าง

dadaba

โรงงาน

ba

ร้านค้า

baba
เจ้าหน้าที่ตำรวจ

dada
พนักงานดับเพลิง

babababa
พ่อครัว

aua!
หมอ

bababa
นักบิน

bababa

ชาวสวน

bababa

ช่างไม้

baba

ช่างเย็บผ้าที่เป็นผู้หญิง

bababa

ผู้พิพากษา

dadaba

นักเคมี

dadababa

นักแสดงชาย

ba
....
คนขับรถประจำทาง

auto mann
....
คนขับรถแท็กซี

bababa
....
ชาวประมง

dadadada
....
แม่บ้านทำความสะอาด

dadadada
....
ช่างมุงหลังคา

dadadada
....
บริกรชาย

badada
....
นายพราน

dadadada
....
จิตรกร

dadababa
....
คนทำขนมปัง

papa!
....
ช่างไฟฟ้า

babababa
....
ช่างก่อสร้าง

bababa
....
วิศวกร

dadababa
....
คนขายเนื้อ

dadadada
....
ช่างประปา

bababa
....
บุรุษไปรษณีย์

dadadada

ทหาร

ba

สถาปนิก

dadaba

พนักงานจ่ายเงิน

bababa

คนขายดอกไม้

babadada

ช่างทำผม

bababa

พนักงานตรวจตั๋ว

dadaba

ช่างซ่อมรถยนต์

dada

กัปตัน

badada

ทันตแพทย์

ba

นักวิทยาศาสตร์

bababa

แรบไบ

dadaba

อิหม่าม

dada

พระ

dadadada

พระ/นักบวช

dada

เครื่องมือ

baba
baba
คีม
babababa
dadababa
ประแจ
dadaba
ไฟฉาย

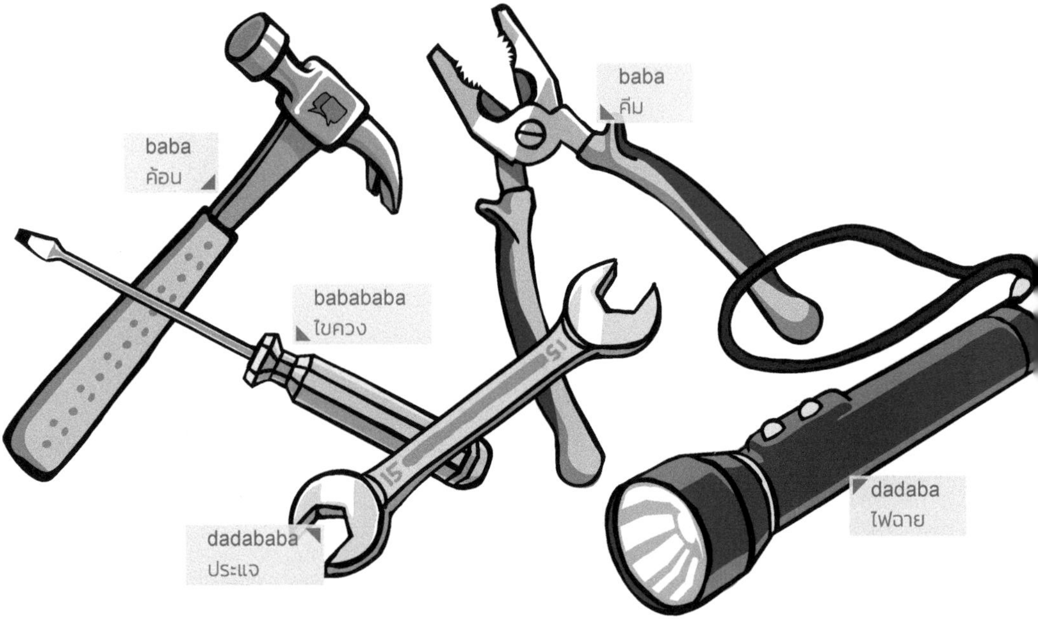

dadaba

เครื่องขุด

baba

กล่องเครื่องมือ

babababa

กระได

dadaba

เลื่อย

babadada

ตะปู

dada

สว่าน

dadababa

ซ่อมแซม

dada

พลั่ว

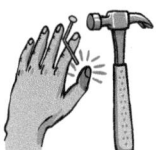

aua!

ตายห่า!

dada

ที่โกยขยะ

dadaba

ถังสี

babababa

สกรู

bababa

เครื่องดนตรี

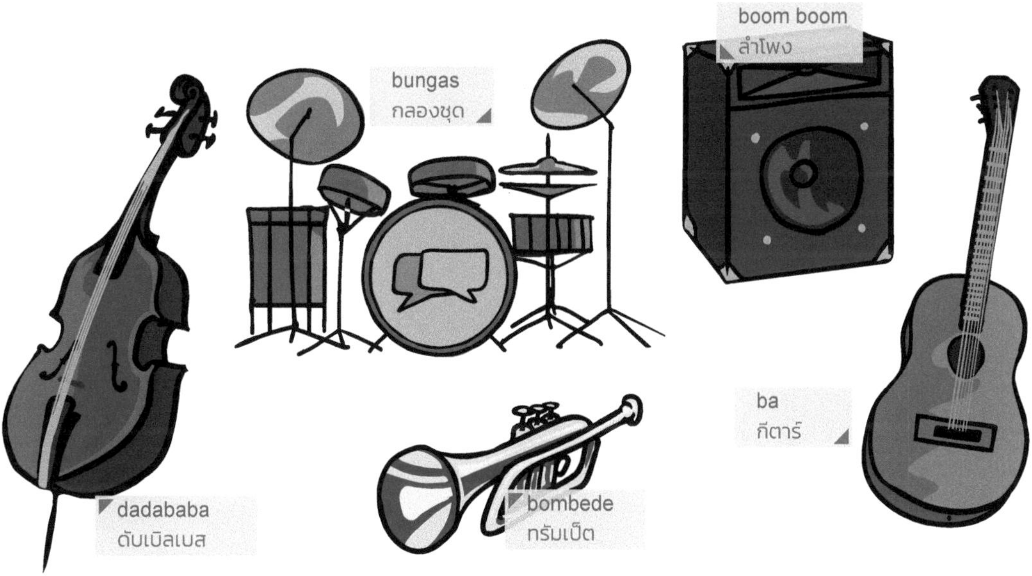

boom boom
ลำโพง
bungas
กลองชุด
ba
กีตาร์
dadababa
ดับเบิลเบส
bombede
ทรัมเป็ต

bingbing

เปียโน

bababa

ไวโอลิน

ba

เบส

badada

กลองทิมปานี

bunga bunga

กลอง

badada

คีย์บอร์ด

dadababa

แซ็กโซโฟน

dadababa

ฟลูต

dadadada

ไมโครโฟน

bababa
สวนสัตว์

baba
ทางเข้า
dada mau
เสือ
bababa
กรง
dadababa
ม้าลาย
babadada
dada
หมีแพนด้า

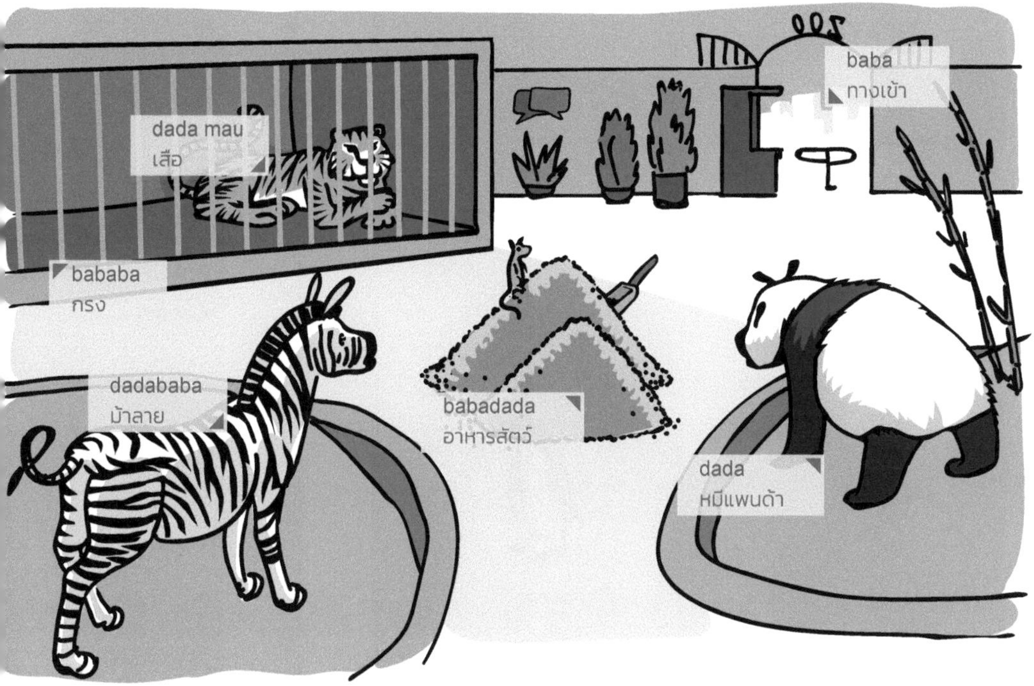

dadadada
....
สัตว์

bababa
....
ช้าง

dadaba
....
จิงโจ้

babadada
....
แรด

dada
....
กอริลล่า

babababa
....
หมี

dadaba

อูฐ

gackgack

นกกระจอกเทศ

babadada

สิงโต

dadaba

ลิง

gackgack

นกฟลามิงโก

bababa

นกแก้ว

bababa

หมีขั้วโลก

dada

เพนกวิน

bababa

ฉลาม

dadaba

นกยูง

badada

งู

babababa

จระเข้

dadadada

ผู้ดูแลสัตว์

dada

แมวน้ำ

bababa

เสือจากัวร์

ei!

ม้าพันธุ์เล็ก

dadadada

เสือดาว

dada

ฮิปโป

babababa

ยีราฟ

bababa

เหยียว

babadada

หมูป่าตัวผู้

nom nom!

ปลา

dadadada

เต่า

anje

ช้างน้ำ

dadadada

จิ้งจอก

bababa

กาเซลล์

dadababa
อเมริกันฟุตบอล

dadaba
ขี่จักรยาน

bum bum
เทนนิส

ball
บาสเกตบอล

badada
ว่ายน้ำ

aua!
มวย

baba
ฮอคกี้น้ำแข็ง

dadadada
ฟุตบอล

badada
แบดมินตัน

dadababa
กรีฑา

ball
แฮนด์บอล

dadadada
สกี

baba
กีฬาโปโลน้ำ

dadadada
กิจกรรม

dada
กระโดด
bababa
กอด
baba
dada
เดิน
dadababa
ร้องเพลง
dadababa
ฝัน
dadadada
ภาวนา/สวดมนต์
mama!
จูบ

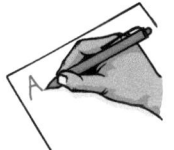

dadaba

เขียน

dada

วาดภาพ

dadababa

แสดง

dada

ผลัก

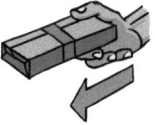

badada

ให้

dadaba

เอาไป

dadaba

มี

dadadada

ทำ

babadada

เป็น

dadadada

ยืน

baba

วิ่ง

dadababa

ดึง

dadadada

โยน

dadaba

ตก/หล่น

badada

นอนเหยียดยาว

dadaba

รอคอย

bababa

ถือ

ba

นั่ง

dadababa

แต่งตัว

heia!

นอนหลับ

bababa

ตื่น

babababa

มองดู

baaaaaa

ร้องไห้

dadadada

ลูบ

bababa

หวีผม

bababa

พูดคุย

baba

เข้าใจ

badada

ถาม

dadababa

ฟัง

bababa

ดื่ม

nomnom!

กิน

badada

จัดให้เป็นระเบียบ

ba

รัก

badada

ทำอาหาร

dadababa

ขับรถ

dadadada

บิน

dadababa

ล่องเรือ

dadababa

คำนวณ

dadadada

อ่าน

dadababa

เรียนรู้

dadaba

ทำงาน

baba

แต่งงาน

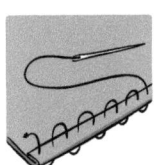

dada

เย็บ

aua!

แปรงฟัน

aua!

ฆ่า

dadababa

สูบบุหรี่

babababa

ส่ง

oma!
ย่า/ยาย

opa!
ปู่/ตา

papa!
พ่อ

mama!
แม่

bebi
ทารก

ba
ลูกสาว

badada
ลูกชาย

baba

แขก

ba

ป้า

bababa

ลุง

nein!

พี่ชาย/น้องชาย

nein!

พี่สาว/น้องสาว

dadababa

ร่างกาย

bababa
หน้าผาก
dada
ตา
bababa
ไหล่
dada
นิ้วมือ
dada
ใบหน้า
dadababa
คาง
baba
มือ
dadaba
ขา
da
หน้าอก
bababa
แขน

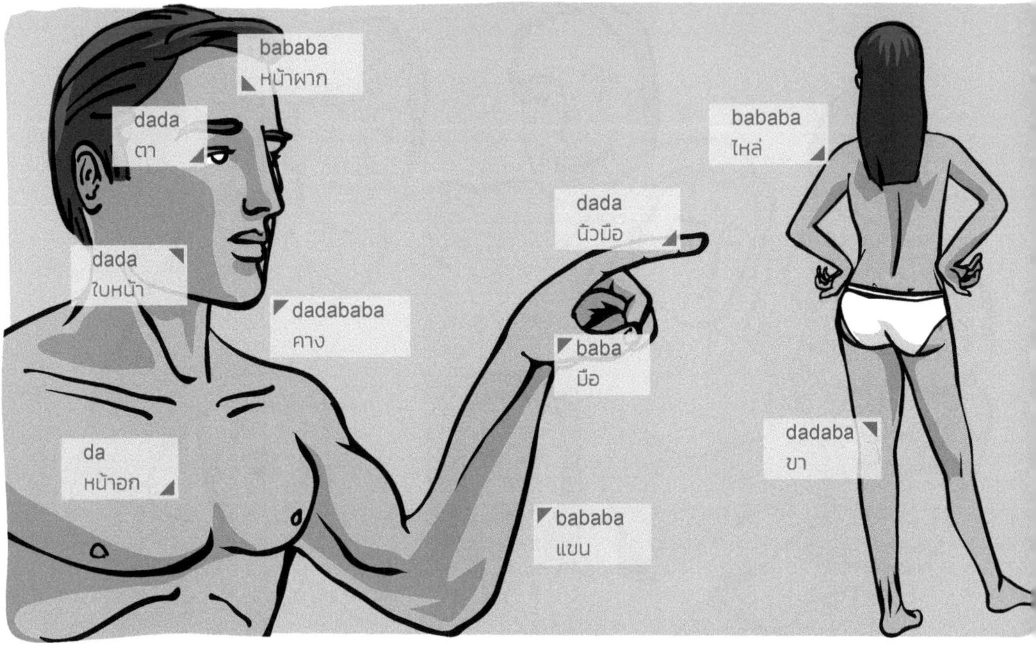

bebi

ทารก

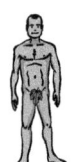

papa!

ผู้ชาย

mama

ผู้หญิง

baba

เด็กผู้หญิง

babadada

เด็กผู้ชาย

bababa

ศีรษะ

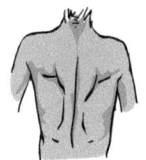

baba

หลัง

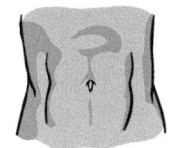

dadababa

ท้อง

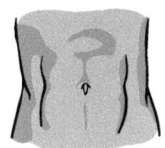

dada

สะดือ

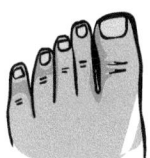

dadababa

นิ้วเท้า

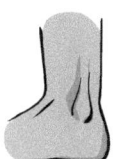

ba

ส้นเท้า

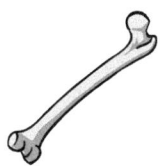

badada

กระดูก

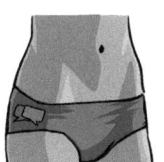

bababa

สะโพก

dada

หัวเข่า

dadadada

ข้อศอก

bababa

จมูก

popo

ก้น

dadaba

ผิวหนัง

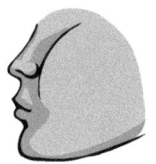

badada

แก้ม

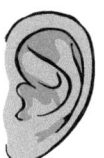

dada

หู

babababa

ริมฝีปาก

dadababa

ปาก

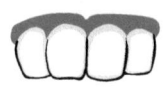

dadadada

ฟัน

baba

ลิ้น

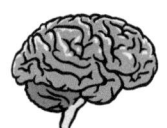

dadadada

สมอง

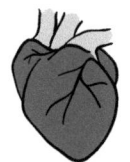

baba

หัวใจ

dada

กล้ามเนื้อ

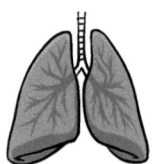

dada

ปอด

dada

ตับ

dadababa

กระเพาะ

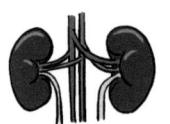

dadaba

ไต

babadada

เพศสัมพันธ์

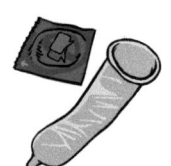

dada

ถุงยาง

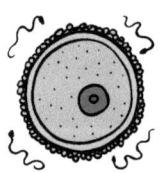

badada

เซลล์ไข่

dadababa

น้ำอสุจิ

dadababa

การตั้งครรภ์

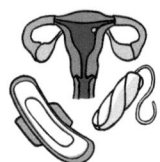

ba

ประจำเดือน

mumu

ช่องคลอด

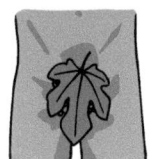

pipi

องคชาต

dada

คิ้ว

dadababa

เส้นผม

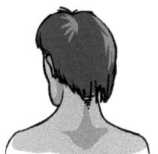

bababa

คอ

aua!
โรงพยาบาล

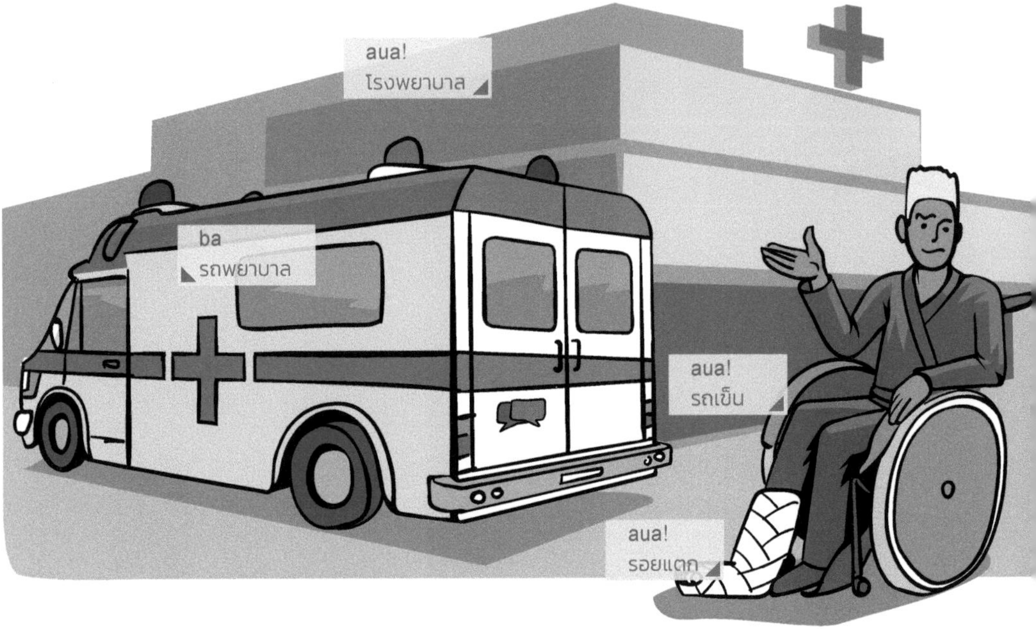

ba
รถพยาบาล

aua!
รถเข็น

aua!
รอยแตก

aua!
....
หมอ

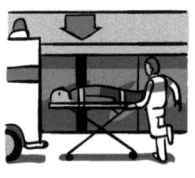

aua!
....
ห้องฉุกเฉิน

aua!
....
พยาบาล

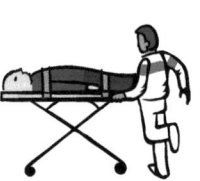

aua!
....
ฉุกเฉิน

aua!
....
หมดสติ

dadababa
....
อาการเจ็บปวด

aua!

การบาดเจ็บ

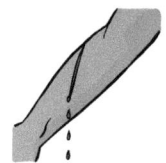

dadadada

เลือดไหล

aua!

หัวใจวาย

aua!

โรคหลอดเลือดในสมอง

dadababa

โรคภูมิแพ้

aua!

ไอ

aua!

ไข้

aua!

ไข้หวัด

aua!

ท้องเสีย

aua!

การปวดหัว

aua!

มะเร็ง

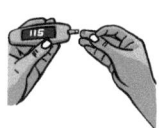

aua!

โรคเบาหวาน

aua!

ศัลยแพทย์

aua!

มีดผ่าตัด

aua!

การผ่าตัด

aua!

เครื่องเอกซเรย์คอมพิวเตอร์ความเร็วสูง

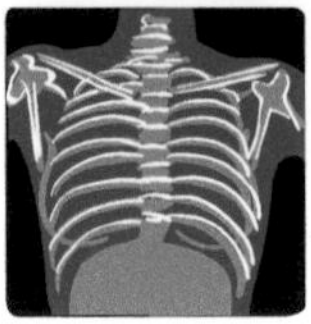

aua!

เอกซเรย์

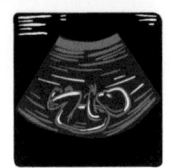

aua!

อัลตราซาวด์

aua!

หน้ากากอนามัย

aua!

โรค

aua!

ห้องรอตรวจ

aua!

ไม้เท้า

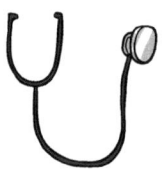

aua!

ปลาสเตอร์ยา

dadababa

ผ้าพันแผล

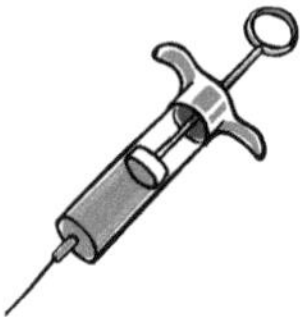

aua!

ฉีดยา

aua!

เครื่องฟังตรวจ

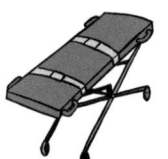

aua!

เปลหาม

aua!

ปรอทวัดไข้

aua! bebi!

การเกิด

aua!

น้ำหนักเกิน

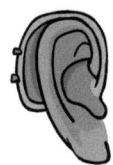

aua!

เครื่องช่วยฟัง

aua!

สารฆ่าเชื้อ

aua!

การติดเชื้อ

aua!

ไวรัส

aua!

เอชไอวี/เอดส์

aua!

ยา

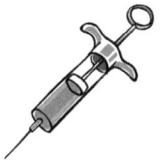

aua!

การฉีดวัคซีน

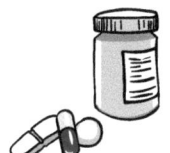

aua!

ยาเม็ด

dadaba

ยาเม็ดกลม

aua!

โทรออกฉุกเฉิน

aua!

เครื่องวัดความดันโลหิต

da / ba

ป่วย/ สุขภาพดี

aua!

ฉุกเฉิน

aua!

ช่วยด้วย!

aua!

สัญญาณเตือนภัย

aua!

การทำร้าย

aua!

การโจมตี

aua!

อันตราย

dadadada

ทางออกฉุกเฉิน

dadaba

ไฟไหม้!

dadaba

ถังดับเพลิง

aua! aua!

อุบัติเหตุ

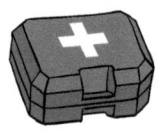

aua!

ชุดปฐมพยาบาลเบื้องต้น

baba

สัญญาณขอความช่วยเหลือ

dadadada

ตำรวจ

badada

ยุโรป

dadaba

อเมริกาเหนือ

dadababa

อเมริกาใต้

dadaba

แอฟริกา

dadaba

เอเชีย

babababa

ออสเตรเลีย

badada

แอตแลนติก

dadaba

แปซิฟิก

baba

มหาสมุทรอินเดีย

bababa

มหาสมุทรแอนตาร์กติก

dadababa

มหาสมุทรอาร์กติก

bababa

ขั้วโลกเหนือ

dadababa

ขั้วโลกใต้

dadaba

แอนตาร์กติกา

dada

โลก

dadaba

พื้นดิน

badada

ทะเล

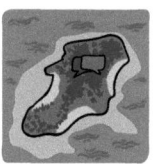

dadadada

เกาะ

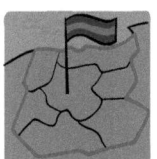

dadadada

ชาติ/ประชาชาติ

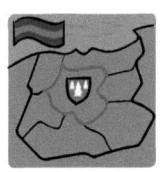

dadababa

รัฐ

dada

นาฬิกา

baba

หน้าปัดนาฬิกา

babadada

เข็มชั่วโมง

baba

เข็มนาที

bababa

เข็มวินาที

dadababa

กี่โมงแล้ว?

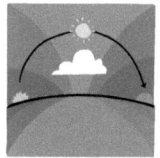

babadada

วัน

dada

เวลา

baba

ตอนนี้

dadababa

นาฬิกาดิจิตอล

dadababa

นาที

bababa

ชั่วโมง

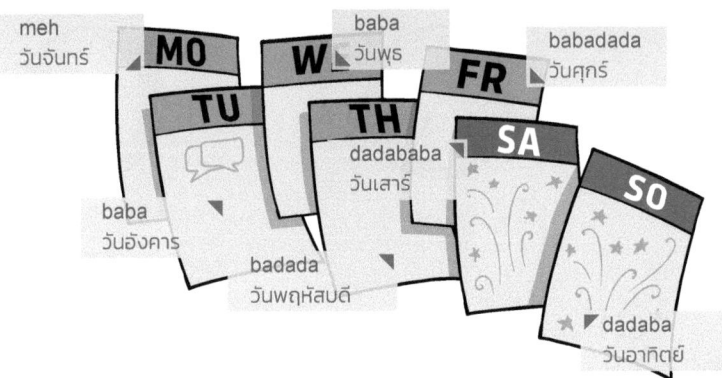

babadada

สัปดาห์

meh
วันจันทร์
baba
วันอังคาร
baba
วันพุธ
badada
วันพฤหัสบดี
babadada
วันศุกร์
dadababa
วันเสาร์
dadaba
วันอาทิตย์

dadadada

เมื่อวาน

dadababa

วันนี้

dadaba

พรุ่งนี้

baba

ตอนเช้า

baba

ตอนเที่ยง

dadadada

ตอนเย็น

dada

วันทำการ

baba

วันสุดสัปดาห์

dadababa
ฝนตก

dadaba
รุ้งกินน้ำ

dadadada
ลม

kalt
หิมะ

dadadada
ฤดูใบไม้ผลิ

bababa
ฤดูใบไม้ร่วง

badada
ฤดูร้อน

kalt
ฤดูหนาว

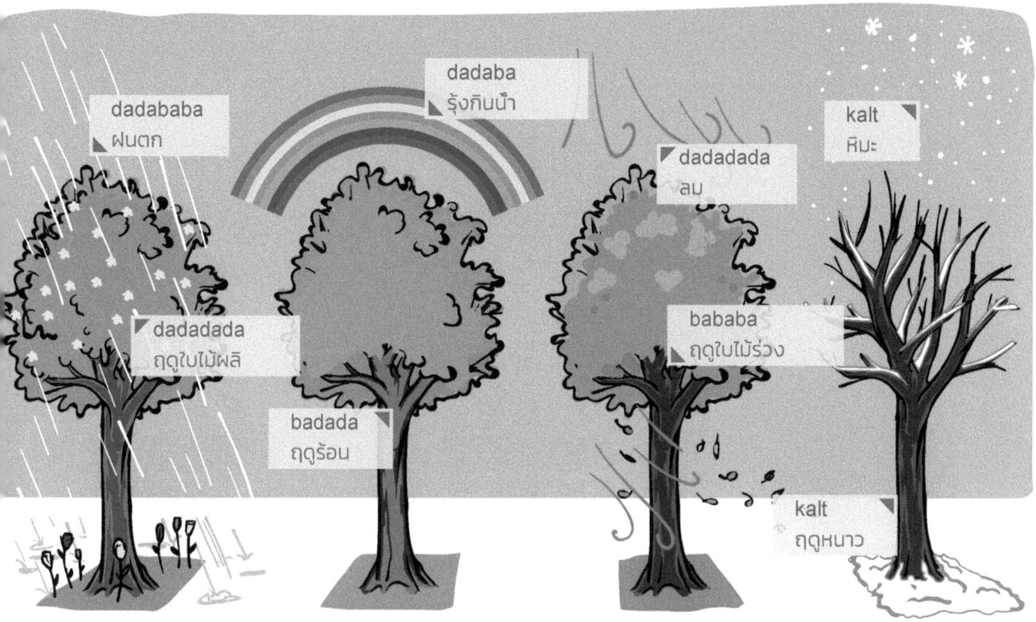

dadababa

การพยากรณ์อากาศ

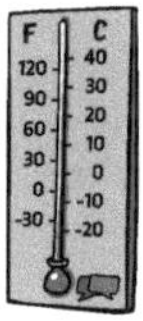

bababa

เครื่องวัดอุณหภูมิ

ba

แสงแดด

baba

ก้อนเมฆ

dadadada

หมอก

dada

ความชื้น

dadababa

ฟ้าแลบ/ฟ้าผ่า

dada

ฟ้าร้อง

badada

พายุ

dadababa

ลูกเห็บ

bababa

ลมมรสุม

dadaba

น้ำท่วม

dadadada

น้ำแข็ง

dadaba

มกราคม

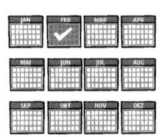

dadaba

กุมภาพันธ์

bababa

มีนาคม

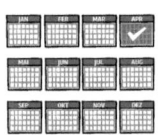

dadadada

เมษายน

dadadada

พฤษภาคม

babababa

มิถุนายน

baba

กรกฎาคม

bababa

สิงหาคม

dadadada

กันยายน

badada

ตุลาคม

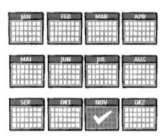

dadababa

พฤศจิกายน

baba

ธันวาคม

dadababa
รูปร่าง

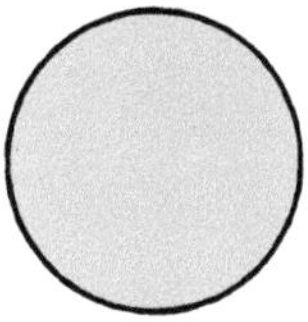

baba

วงกลม

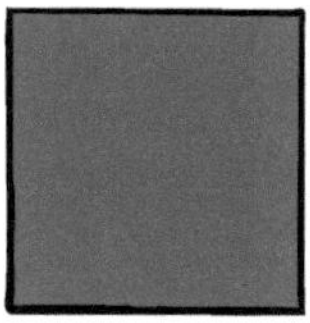

badada

สี่เหลี่ยม

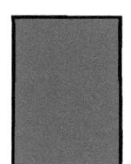

dadababa

สี่เหลี่ยมผืนผ้า

babababa

สามเหลี่ยม

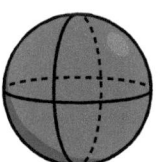

dadadada

ทรงกลม

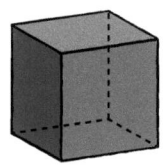

babababa

ลูกบาศก์

dadababa

สี

dadababa

ขาว

babababa

เหลือง

baba

ส้ม

dadadada

ชมพู

babadada

แดง

dadababa

ม่วง

dadadada

ฟ้า

ba

เขียว

baba

น้ำตาล

bababa

เทา

badada

ดำ

da / ba

มาก/ น้อย

da / ba

ฉุนเฉียว/ สงบ

da / ba

สวยงาม/ น่าเกลียด

da / ba

เริ่มต้น/ จบ

da / ba

ใหญ่/ เล็ก

da / ba

สว่าง/ มืด

da / ba

น้องชาย,พี่ชาย/ น้องสาว,พี่สาว

da / ba

สะอาด/ สกปรก

da / bada

สมบูรณ์/ ไม่สมบูรณ์

da / ba

กลางวัน/ กลางคืน

da / ba

ตาย/ มีชีวิต

da / ba

กว้าง/ แคบ

da / ba

กินได้/ กินไม่ได้

da / ba

ชั่วร้าย/ ใจดี

ba / ba

น่าตื่นเต้น/ น่าเบื่อ

da / ba

อ้วน/ ผอม

ba / ba

อย่างแรก/ สุดท้าย

da / bada

เพื่อน/ ศัตรู

da / ba

เต็ม/ ว่างเปล่า

da / ba

แข็ง/ นุ่ม

da / ba

หนัก/ เบา

da / bada

หิว/ กระหายน้ำ

da / ba

ป่วย/ สุขภาพดี

da / ba

ผิดกฎหมาย/ ถูกกฎหมาย

da / ba

ฉลาด/ โง่

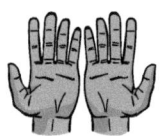

ba / ba

ซ้าย/ ขวา

da / ba

ใกล้/ ไกล

da / bada

ใหม่/ ใช้แล้ว

da / ba

ไม่มี/ บางสิ่งบางอย่าง

ba / ba

แก่/ หนุ่ม

da / ba

เปิด/ปิด

da / ba

เปิด/ ปิด

da / ba

เงียบ/ ดัง

ba / ba

รวย/ จน

da / ba

ถูก/ ผิด

da / ba

ขรุขระ/ เรียบ

ba / ba

เศร้า/ ดีใจ

da / ba

สั้น/ ยาว

da / ba

ช้า/ เร็ว

da / bada

เปียก/ แห้ง

da / bada

อบอุ่น/ หนาวเย็น

da / ba

สงคราม/ สันติภาพ

dadaba

เลข/จำนวน

0	1	2
dada	a	ba
ศูนย์	หนึ่ง	สอง
3	4	5
da ba da	badabada	dadababa
สาม	สี่	ห้า
6	7	8
dadaba	badada	dadababa
หก	เจ็ด	แปด
9	10	11
dadaba	dadadada	badada
เก้า	สิบ	สิบเอ็ด

12
baba
สิบสอง

13
bababa
สิบสาม

14
baba
สิบสี่

15
babadada
สิบห้า

16
dadababa
สิบหก

17
babababa
สิบเจ็ด

18
dadababa
สิบแปด

19
bababa
สิบเก้า

20
dadababa
ยี่สิบ

100
baba
หนึ่งร้อย

1.000
baba
หนึ่งพัน

1.000.000
dadababa
หนึ่งล้าน

dadadada

ภาษา

baba

ภาษาอังกฤษ

babadada

ภาษาอังกฤษแบบอเมริกัน

dadababa

ภาษาจีนแมนดาริน

ba

ภาษาฮินดี

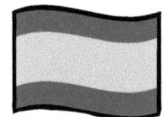

badada

ภาษาสเปน

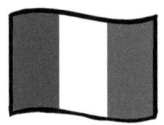

ohlala

ภาษาฝรั่งเศส

babadada

ภาษาอาหรับ

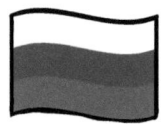

dadaba

ภาษารัสเซีย

dada

ภาษาโปรตุเกส

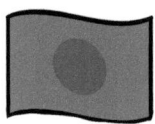

dadadada

ภาษาเบงกอล

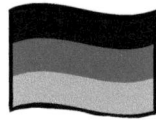

badada

ภาษาเยอรมัน

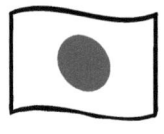

dadadada

ภาษาญี่ปุ่น

da / da / da
ใคร / อะไร / อย่างไร

a

ฉัน

dadadada

เธอ

da / da / da

เขา / หล่อน / มัน

o ba ma

พวกเรา

babababa

พวกคุณ

baba

พวกเขา

dadadada

ใคร?

dadadada

อะไร?

baba

อย่างไร?

babababa

ที่ไหน?

babadada

เมื่อไหร่?

dadaba

ชื่อ

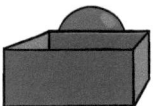

babababa

ทีไหน

baba

ข้างหลัง

dadaba

ใน

baba

ข้างหน้า

ba

เหนือ

baba

บน

dadababa

ใต้

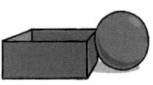

babababa

ด้านข้าง

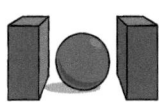

ba

ระหว่าง

dada

ตำแหน่ง